શાંગરી લાનું રહસ્ય, પાંચમા પરિમાણની ખોવાયેલી દુનિયા: અમર લોકો ક્યાં રહે છે?

ડી. રામચંદ્ર નાથ શર્મા

મારા પુસ્તકના તમામ વાચકોને

સામગ્રી

પ્રસ્તાવના

આ દુનિયામાં ઘણા રહસ્યો છુપાયેલા છે. તેમાંથી કેટલાક રહસ્યો આપણે જાણી લીધા છે, પરંતુ બર્મુડા-ટ્રાયેન્ગલ જેવા કેટલાક રહસ્યો હજુ પણ આપણા માટે વણઉકલ્યા છે. જ્યાં કોઈ ગયું હોય તે આજ સુધી પાછું આવી શક્યું નથી. આ રહસ્યને ઉકેલવા માટે દુનિયાભરના લોકોએ આ રહસ્યને જાણવાની કોશિશ કરી, છતાં આ રહસ્ય આજ સુધી વણઉકલ્યું છે. દુનિયાભરમાં એવી ઘણી જગ્યાઓ છે, જે રહસ્યોથી ભરેલી છે. આ દુનિયામાં કેટલીક એવી જગ્યાઓ છે જેના વિશે આપણે કશું જાણતા નથી. શાંગરી લા / શાંગરી-લા વેલી તિબેટ અને અરુણાચલ પ્રદેશની સરહદ પર છે. કહેવાય છે કે આ ખીણ બીજી દુનિયામાં જવાનો રસ્તો છે. શું છે આ ખીણનું રહસ્ય? શું તે ખરેખર શક્ય છે?

આ ખીણ તિબેટ અને અરુણાચલ પ્રદેશની સરહદ પર છે. આ ખીણને શાંગરીલાની સાથે 'શંભાલા' અને 'સિદ્ધ આશ્રમ' પણ કહેવામાં આવે છે. ઘણા જાણીતા લેખકોએ તેમના પુસ્તકોમાં આ ખીણ વિશે લખ્યું છે. આ સ્થાન વાતાવરણના પાંચમા પરિમાણથી પ્રભાવિત છે, સમયની અસર નહિવત છે, આ ખીણમાં પહોંચ્યા પછી મન, આત્મા અને વિચારની શક્તિ એક હદ સુધી વધી જાય છે. કહેવાય છે કે આ ખીણ બીજી દુનિયામાં જવાનો રસ્તો છે. જો કોઈ વસ્તુ કે વ્યક્તિ આ ખીણમાં જાય છે, તો તેનું અસ્તિત્વ આ

દુનિયામાંથી અદૃશ્ય થઈ જાય છે. તેનું સત્ય જાણવા માટે ચીની સેનાએ આ જગ્યાને ઘણી વખત શોધવાની કોશિશ કરી પરંતુ તેમને કશું મળ્યું નહીં.

પુસ્તક આ રહસ્યમય ખીણના રહસ્યને બહાર કાઢવાનો પ્રયાસ કરે છે અને અહીં અમર રહેવાની સંભાવનાના પ્રશ્ન પર ધ્યાન કેન્દ્રિત કરે છે.

સ્વીકૃતિઓ

सभी ऋषियों को, प्राचीन या आधुनिक

1
સાંગ્રીલાના રહસ્યની શોધમાં

ઘણા અસામાન્ય, અથવા વિશેષ, સ્થાનોએ "પૃથ્વી પર સ્વર્ગ" નું બિરુદ મેળવ્યું છે. સામાન્ય રીતે તેમની પ્રાકૃતિક સુંદરતા અથવા શાંતિપૂર્ણ વાતાવરણને કારણે આવા સ્થળોને સામાન્ય રીતે સ્વર્ગ જેવો દેખાય છે તેની રજૂઆત તરીકે જોવામાં આવે છે, પરંતુ "વાસ્તવિક" સ્વર્ગથી અલગ ખ્યાલ તરીકે, તેઓ સ્વર્ગ સમાન છે. પરંતુ ખરેખર દૈવી નથી.

એક સિવાય, કદાચ. જો સ્વર્ગનો પ્રવેશદ્વાર એક સમયે વાસ્તવિક સ્થળ હોત, અને તે સ્થાન આજે પણ અસ્તિત્વમાં હોય તો શું? શાંગરી-લાની આ છુપાયેલી, કાલ્પનિક ભૂમિ હતી, એક ધરતીનું સ્વર્ગ જે શાબ્દિક રીતે એવું માનવામાં આવતું હતું: સ્વર્ગનું પ્રવેશદ્વાર.

વિવિધ પૌરાણિક કથાઓ આ સ્વર્ગીય સ્થળની આસપાસ ફરે છે, પરંતુ નામની આ વિશિષ્ટ આવૃત્તિ જેમ્સ હિલ્ટન દ્વારા લખાયેલી નવલકથા લોસ્ટ હોરાઇઝનને આભારી છે. નવલકથામાં, નવલકથાકાર તિબેટીયન સ્વર્ગ શંભલાનું નામ બદલીને શાંગરી-લા કરે છે. શાંગરી-લાનું નામ અને ખ્યાલ એટલો પ્રખ્યાત થઈ ગયો છે કે આધુનિક લોકો તેને ખોવાયેલા સ્વર્ગ અથવા સ્વર્ગ સાથે જોડે છે જેને ઘણા લોકો આજે પણ શોધે છે.

પુસ્તક આ બ્રહ્માંડમાં છુપાયેલા સત્યને શોધવા વિશે છે જે હજુ પણ આપણા માટે અજાણ છે.

હજારો વર્ષોથી એવી અફવા છે કે તિબેટમાં ક્યાંક, બરફીલા હિમાલયના શિખરો અને નિર્જન ખીણોની વચ્ચે, એક અસ્પૃશ્ય સ્વર્ગ છે, એક એવું રાજ્ય છે જ્યાં શાંતિ અને સાર્વત્રિક સુખ છે જે અવર્ણનીય છે. શામ્ભાલા નામનું રાજ્ય. જેમ્સ હિલ્ટને આ રહસ્યમય શહેર વિશે તેમના પુસ્તક "લોસ્ટ હોરાઇઝન" માં 1933 માં લખ્યું હતું. હોલીવુડમાં ઉછર્યા અને 1960ની ફિલ્મ નિર્માણ, "શાંગરી-લા". ઈવન ધ સેલેસ્ટાઈન પ્રોફેસી પણ પ્રખ્યાત લેખક જેમ્સ રેડફિલ્ડ દ્વારા લખવામાં આવી છે, જેઓ "ધ સિક્રેટ ઓફ શંભલા: ઈલેવન્થ ઈન્સાઈટની શોધમાં" નામનું પુસ્તક પણ લખી રહ્યા છે. શંભલાના રહસ્યને તિબેટમાં રહસ્યમય અને ગૂઢતાની સર્વોચ્ચ શાખા કાલચકનો સ્રોત પણ માનવામાં આવે છે. શંભલાની દંતકથા હજારો વર્ષોથી અસ્તિત્વમાં છે. કાલચક્ર અને ઝંગ ઝુંગ જેવા પ્રાચીન ગ્રંથોમાં આ સામ્રાજ્યનો રેકોર્ડ મળી શકે છે જે બૌદ્ધ ધર્મ તિબેટમાં પ્રવેશ્યો તે પહેલાં પણ અસ્તિત્વમાં હતો.

બોન ગ્રંથો ઓલમોલંગરિંગ નામની નજીકથી સંબંધિત જમીનની વાત કરે છે. વિષ્ણુ પુરાણ જેવા હિંદુ ગ્રંથોમાં શંભલા ગામનો ઉલ્લેખ કલ્કીના જન્મસ્થળ તરીકે કરવામાં આવ્યો છે, જે વિષ્ણુના છેલ્લા અવતાર હતા જેઓ નવા સુવર્ણ યુગ (સત્યયુગ)ની શરૂઆત કરશે. તેનો ઐતિહાસિક આધાર ગમે તે હોય, શંભાલા ધીમે ધીમે બૌદ્ધ શુદ્ધ ભૂમિ તરીકે જોવામાં આવ્યું, એક પ્રખ્યાત સામ્રાજ્ય જેની વાસ્તવિકતા ભૌતિક અથવા ભૌગોલિક જેટલી જ સ્વપ્નદ્રષ્ટા અથવા આધ્યાત્મિક છે. તે આ સ્વરૂપમાં હતું કે શંભલા પૌરાણિક કથા પશ્ચિમ યુરોપ અને અમેરિકા સુધી પહોંચી, જ્યાં તેણે બિન-બૌદ્ધ તેમજ બૌદ્ધ આધ્યાત્મિક સાધકોને પ્રભાવિત કર્યા - અને, ઓછા અંશે, સામાન્ય રીતે લોકપ્રિય સંસ્કૃતિ. શંભલા શબ્દ સંસ્કૃત શબ્દ પરથી આવ્યો છે જેનો અર્થ થાય છે "શાંતિનું સ્થાન" અથવા "મૌનનું સ્થાન".

સામ્રાજ્યની કલ્પ નામની રાજધાની હતી અને તેના પર કુલિકા અથવા કલ્કિ વંશના રાજાઓનું શાસન હતું. તે એવી જગ્યા છે જ્યાં જીવંત વસ્તુઓ સંપૂર્ણ અને અર્ધ સંપૂર્ણ મળે છે અને માનવતાના ઉત્ક્રાંતિને સંયુક્ત રીતે માર્ગદર્શન આપે છે. આ સ્થાનમાં જેનું હૃદય શુદ્ધ છે તે જ રહી શકે છે...

2

પાંચમા પરિમાણની ખોવાયેલી દુનિયા?

શંભલા, એક સંસ્કૃત શબ્દ જેનો અર્થ થાય છે "શાંતિનું સ્થાન" અથવા "મૌનનું સ્થાન", એ એક પૌરાણિક સ્વર્ગ છે જેની વાત પ્રાચીન ગ્રંથોમાં કરવામાં આવી છે, જેમાં કાલચક્ર તંત્ર અને પશ્ચિમ તિબેટમાં સ્થિત ઝાંગ ઝુંગ સંસ્કૃતિના પ્રાચીન ગ્રંથો સામેલ છે. તિબેટીયનોએ બૌદ્ધ ધર્મ પહેલા . , દંતકથા અનુસાર, તે એવી ભૂમિ છે જ્યાં ફક્ત શુદ્ધ હૃદય જ રહી શકે છે, જ્યાં પ્રેમ અને શાણપણ શાસન કરે છે અને જ્યાં લોકો દુઃખ, ઇચ્છા અથવા વૃદ્ધાવસ્થાથી મુક્ત છે. શંભલાને હજારો નામોની ભૂમિ કહેવામાં આવે છે. તેને ફોરબિડન લેન્ડ, ધ લેન્ડ ઓફ વ્હાઈટ વોટર, ધ લેન્ડ ઓફ રેડિયન્ટ સ્પેરિટ્સ, ધ લેન્ડ ઓફ લિવિંગ ફાયર, ધ લેન્ડ ઓફ લિવિંગ ગોડ્સ અને લેન્ડ ઓફ વંડર્સ કહેવામાં આવે છે. હિંદુઓ તેને આર્યાવર્ત ('લાયકની ભૂમિ') કહે છે; ચાઇનીઝ તેને Hsi Tien, Hsi Wang Mu ના પશ્ચિમી સ્વર્ગ તરીકે ઓળખે છે; અને રશિયન જૂના આસ્થાવાનો માટે, તે બેલોવોઇડ તરીકે વધુ જાણીતું છે. પરંતુ સમગ્ર એશિયામાં, તે તેના સંસ્કૃત નામ, શંભલા, શામ્બલ્લા અથવા શાંગરી-લા દ્વારા ઓળખાય છે. શંભલાની દંતકથા હજારો વર્ષ જૂની હોવાનું કહેવાય છે, અને પૌરાણિક ભૂમિના સંદર્ભો વિવિધ પ્રાચીન ગ્રંથોમાં મળી શકે છે.

બોન ગ્રંથો ઓલમોલંગરિંગ નામની નજીકથી સંબંધિત જમીનની વાત કરે છે. વિષ્ણુ પુરાણ જેવા હિંદુ ગ્રંથોમાં શંભલાનો ઉલ્લેખ કલ્કીના જન્મસ્થળ તરીકે થાય છે, જે વિષ્ણુના છેલ્લા અવતાર હતા જેઓ નવા સુવર્ણ યુગની શરૂઆત કરશે. શંભલાની બૌદ્ધ પૌરાણિક કથા એ અગાઉની હિન્દુ દંતકથાનું અનુકૂલન છે. જો કે, જે લખાણમાં શંભલાની સૌપ્રથમ વિસ્તૃત ચર્ચા કરવામાં આવી છે તે કાલચક્ર છે. કાલચક્ર તિબેટીયન બૌદ્ધ ધર્મમાં એક જટિલ અને અદ્યતન વિશિષ્ટ શિક્ષણ અને પ્રથાનો સંદર્ભ આપે છે. શાક્યમુનિ બુદ્ધ શંભલાના રાજા સુચંદ્રની વિનંતી પર કાલચક્ર શીખવ્યું હોવાનું કહેવાય છે. કાલચક્રની ઘણી વિભાવનાઓની જેમ, શંભલાના વિચારના બાહ્ય, આંતરિક અને વૈકલ્પિક અર્થી હોવાનું કહેવાય છે. બાહ્ય અર્થ શંભલાને ભૌતિક સ્થળ તરીકે અસ્તિત્વમાં હોવાનું સમજે છે, જો કે માત્ર યોગ્ય કર્મ ધરાવતી વ્યક્તિઓ જ ત્યાં પહોંચી શકે છે અને તેનો અનુભવ કરી શકે છે. આંતરિક અને વૈકલ્પિક અર્થી પોતાના શરીર અને મન (આંતરિક) અને ધ્યાન પ્રથા (વૈકલ્પિક) ના સંદર્ભમાં શંભલા શું રજૂ કરે છે તેની વધુ સૂક્ષ્મ સમજણનો સંદર્ભ આપે છે. આ બે પ્રકારના સાંકેતિક અર્થઘટન સામાન્ય રીતે શિક્ષકથી વિદ્યાર્થી સુધી મૌખિક રીતે પસાર થાય છે. 14મા દલાઈ લામાએ 1985માં બોધ ગયા ખાતે કાલચક્ર દીક્ષા દરમિયાન નોંધ્યું હતું તેમ, શંભાલા કોઈ સામાન્ય દેશ નથી: જો કે વિશેષ જોડાણ ધરાવતા લોકો ખરેખર તેમના કર્મ જોડાણ દ્વારા ત્યાં જઈ શકે છે, તેમ છતાં તે કોઈ ભૌતિક સ્થાન નથી. જે આપણે ખરેખર શોધી શકીએ છીએ. આપણે ફક્ત એટલું જ કહી શકીએ કે તે એક શુદ્ધ ભૂમિ છે, માનવીય ક્ષેત્રમાં એક શુદ્ધ ભૂમિ છે. અને જ્યાં સુધી વ્યક્તિ પાસે યોગ્યતા અને સાચો કર્મનો સંગ ન હોય ત્યાં સુધી તે ખરેખર ત્યાં પહોંચી શકતો નથી.

શંભલાની વિભાવના તિબેટીયન ધાર્મિક ઉપદેશોમાં મહત્વપૂર્ણ ભૂમિકા ભજવે છે, અને ભવિષ્ય વિશે તિબેટીયન પૌરાણિક કથાઓમાં તેની વિશેષ સુસંગતતા છે. કાલચક્ર પૃથ્વી પર ભૌતિકવાદની વિચારધારા પ્રસરી જતાં માનવજાતના ધીમે ધીમે પતનની આગાહી

કરે છે. જ્યારે "અસંસ્કારી" જેઓ આ વિચારધારાને અનુસરે છે તેઓ એક દૃષ્ટ રાજા હેઠળ એક થાય છે અને વિચારે છે કે જીતવા માટે કંઈ બાકી નથી, ત્યારે ઝાકળ શંભલાના બફીલા પર્વતોને જાહેર કરવા માટે ઉછળશે. અસંસ્કારીઓ ભયંકર શસ્ત્રોથી સજ્જ વિશાળ સેના સાથે શંભલા પર હુમલો કરશે. પછી શંભલાનો રાજા "શ્યામ દળો" ને હરાવવા અને વિશ્વવ્યાપી સુવર્ણ યુગની શરૂઆત કરવા માટે એક વિશાળ સૈન્ય સાથે શંભલામાંથી બહાર આવશે.

જો કે કાલચક્ર ભાવિ યુદ્ધની આગાહી કરે છે, તે હિંસા પર પ્રતિબંધ મૂકતા બૌદ્ધ ઉપદેશોની પ્રતિજ્ઞાઓ સાથે સંઘર્ષમાં હોવાનું જણાય છે. આનાથી કેટલાક ધર્મશાસ્ત્રીઓએ યુદ્ધનું પ્રતીકાત્મક અર્થઘટન કર્યું છે - કાલચક્ર લોકો સામે હિંસાની હિમાયત કરતું નથી, પરંતુ તેના બદલે આંતરિક શૈતાની વૃત્તિઓ સામે ધાર્મિક સાધકની આંતરિક લડાઈનો ઉલ્લેખ કરે છે.

3
સાંગ્રીલા ક્યાં છે?

સદીઓથી, ઘણા સાધકો અને આધ્યાત્મિક જ્ઞાનના સાધકોએ શંભલાના પૌરાણિક સ્વર્ગની શોધમાં અભિયાનો અને શોધખોળ શરૂ કરી છે, અને જ્યારે ઘણાએ ત્યાં હોવાનો દાવો કર્યો છે, ત્યારે હજુ સુધી કોઈએ તેના અસ્તિત્વનો કોઈ પુરાવો આપ્યો નથી.

આમ કરવા સક્ષમ. નકશા પર તેનું ભૌતિક સ્થાન સૂચવો, જો કે મોટાભાગના સંદર્ભે યુરેશિયાના પર્વતીય પ્રદેશોમાં શંભલાને સ્થાન આપે છે. પ્રાચીન ઝંગ ઝંગ ગ્રંથો શંભલાને પંજાબ અથવા હિમાચલ પ્રદેશ, ભારતના સતલજ ખીણ સાથે ઓળખે છે. મોંગોલિયનો શંભલાને દક્ષિણ સાઇબિરીયામાં કેટલીક ખીણો સાથે ઓળખે છે. અલ્તાઇ લોકવાયકામાં, બેલુખા પર્વતને શંભલાનું પ્રવેશદ્વાર માનવામાં આવે છે. આધુનિક બૌદ્ધ

વિદ્વાનો એવું તારણ કાઢે છે કે શંભાલા હિમાલયની ઊંચી પહોંચમાં સ્થિત છે, જને હવે ધૌલાધર પર્વત કહેવામાં આવે છે, મેક્લિયોડગંજની આસપાસ. કેટલાક દંતકથાઓ કહે છે કે શંભાલાનું પ્રવેશદ્વાર તિબેટમાં દૂરના, ત્યજી દેવાયેલા મઠની અંદર છુપાયેલું છે, અને શંભાલા ગાર્ડિયન્સ તરીકે ઓળખાતા માણસો દ્વારા રક્ષિત છે.

કેટલાક લોકો માટે, હકીકત એ છે કે શંભાલા ક્યારેય મળી નથી તે ખૂબ જ સરળ સમજૂતી ધરાવે છે - ઘણા માને છે કે શંભાલા ભૌતિક વાસ્તવિકતાના ખૂબ જ કિનારે સ્થિત છે, આ વિશ્વને બહારના વિશ્વ સાથે જોડતા પુલ તરીકે. જ્યારે ઘણા લોકો શંભાલાને દંતકથા અને દંતકથાના કાલ્પનિક વિષય તરીકે અવગણે છે, અન્ય લોકો માટે, શંભાલામાંની માન્યતા એક દિવસ આ યુટોપિયન સામ્રાજ્યને શોધવાની આંતરિક ઇચ્છા પેદા કરે છે.

4
શું અમર ખરેખર જીવે છે?

"કંઈક છુપાયેલું છે. જાઓ અને તેને શોધો. જાઓ અને શ્રેણીની પાછળ જુઓ - શ્રેણીની પાછળ કંઈક ખોવાઈ ગયું છે. ખોવાઈ ગયું છે અને શોધવાની રાહ જોઈ રહ્યું છે. જાઓ!"
-રુડયાર્ડ કિપલિંગ

માત્ર લેખક રુડયાર્ડ કિપલિંગ જ નહીં, પરંતુ એવા ઘણા લોકો છે જેઓ માને છે કે વિશ્વની સૌથી શક્તિશાળી પર્વતમાળા, હિમાલય, કેટલાક આંતર-પરિમાણીય માણસોનું ઘર છે. આ જીવો છુપાયેલા વિશ્વમાં રહે છે - એક એવી દુનિયા કે જેમાં આપણી પાસે કોઈ પ્રવેશ નથી! વૈદિક ભૌતિકશાસ્ત્ર પણ આપણા બ્રહ્માંડમાં બહુપરિમાણીય જગ્યાઓ વિશે વાત કરે છે. આ મુજબ, 64 મુખ્ય પરિમાણો છે, જેમાંથી, આપણે ત્રીજા પરિમાણમાં

રહીએ છીએ અને વસ્તુઓ જોઈ શકીએ છીએ, પરંતુ આપણે સાર્વત્રિક વાસ્તવિકતાના અન્ય ક્ષેત્રોને જોઈ શકતા નથી. જ્યારે આપની કલ્પના એટલી આગળ વધી શકતી નથી, ચાલો ચોથા પરિમાણીય જીવન વિશે વાત કરીએ. આધુનિક વિજ્ઞાનના વર્તમાન યુગમાં જીવ્યા પછી પણ એવું માનવામાં આવે છે કે ચોથા પરિમાણમાં રહેતા લોકો વધુ સંસ્કારી અને સુખી હોય છે. આવી એક સુમેળભરી ખીણ ચોથા-પરિમાણીય વિશ્વ, શાંગરી-લા માટે રહસ્યમય એસ્કેપ પ્રદાન કરે છે. આ સ્થળ વિશે પ્રથમ વખત, બ્રિટિશ લેખક જેમ્સ હિલ્ટને 1933 માં તેમની નવલકથા "લોસ્ટ હોરાઇઝન" માં વાત કરી હતી. તેમણે આ સ્થળને ધરતીનું સ્વર્ગ ગણાવ્યું - એક કાયમી સુખી સ્થળ, આપની દુનિયાથી દૂર. નવલકથામાં, શાંગરી-લા એ તિબેટના ઊંચા પર્વતોમાં સ્થિત એક કાલ્પનિક યુટોપિયન (તમે જાણો છો, યુટોપિયન!) મઠ છે. ત્યાં રહેતા લોકો સેંકડો વર્ષો સુધી જીવે છે અને તેમની ઉંમર ખૂબ જ ધીરે ધીરે થાય છે. વાસ્તવમાં, તિબેટીયન ગ્રંથો આવા છુપાયેલા સ્થળની વાત કરે છે. શાંગરી-લા તરીકે નહીં, પરંતુ ખેમ્બ્લંગ તરીકે નામ આપવામાં આવ્યું છે. 9મી સદીમાં બનેલ, આ સ્થાન ઋષિમુનિઓ માટે એક પવિત્ર સ્થળ માનવામાં આવે છે જેમણે સામાન્ય લોકોને વધુ સ્વતંત્રતા અને જાગૃતિ માટે આંતરિક યાત્રા કરવા માટે પ્રેરણા આપવાની શક્તિ પ્રાપ્ત કરી છે (યાદ રાખો, રોબિન શર્માનું, 'જીસ સેજ તેની ફેરારી વેચે છે?') . શાંગરી-લા શબ્દ તિબેટીયન રૂઢિપ્રયોગ છે, તે શાંગ પર્વત પાસનો સંદર્ભ આપે છે - કદાચ, તે પ્રદેશમાં પ્રવેશ ધરાવે છે. તેથી, ઘણા માને છે કે આવું જ એક સ્વર્ગ વાસ્તવમાં કુનલુન શાન પર્વતમાળામાં સ્થિત હોઈ શકે છે. શાંગરી લા આજની દુનિયાના લોકોને આકર્ષે છે, પરંતુ તેના મૂળ પ્રાચીન સમયમાં જાય છે. તેનો ખ્યાલ શંભલાની પ્રાચીન તિબેટીયન દંતકથાથી પ્રેરિત હોવાનું માનવામાં આવે છે. સેંકડો વર્ષોથી, એવું માનવામાં આવે છે કે શંભલા એ સ્થાન છે જ્યાં બૌદ્ધોની સૌથી પવિત્ર ઉપદેશો સાચવવામાં આવે છે.

તે ભૌતિક સ્થાન નથી, પરંતુ રહસ્યમય-આધ્યાત્મિક વિશ્વ છે. એવું માનવામાં આવે છે કે શાંગરીલાના રહેવાસીઓ શાંતિપૂર્ણ અસ્તિત્વના રહસ્યોને પકડીને લોભ, વાસનાથી મુક્ત સંતુષ્ટ જીવન જીવે છે. આ સ્થાન શાણપણ, દયા અને આશાનું ઘર છે, જેમાં માનવીય વેદનાનો કોઈ નિશાન નથી. આ સ્થાન એક પવિત્ર મહેલ અને તળાવની આસપાસ છે. હિમાલયના પર્વતોના અન્વેષિત પ્રદેશોમાં આવેલું, આ સ્થાન આપની પહોંચની બહાર છે, અને તેથી, તે ભૌતિક આનંદની દુનિયામાંથી સાચા અર્થમાં છટકી શકે છે. પ્રકૃતિ અને માણસ બંને એક મહાન સુમેળમાં રહે છે. એકબીજા સાથે અદ્ભુત સહકાર જાળવવાથી, તેના લોકોમાં રોગ અથવા ભૂખમરો નથી ફેલાતો. ત્યાંના લોકો સ્વસ્થ દેખાય છે. સુંદર સફેદ વસ્ત્રો ધારણ કરીને તેઓ દરેક સમયે સુખ અને દૈવી જ્ઞાનની સંપત્તિ ધરાવે છે. શાંગરી-લા, અથવા ઘણા સમાન ચોથા-પરિમાણીય ક્ષેત્રો, માત્ર પૌરાણિક કથાઓ છે, પરંતુ તેઓ સેંકડો વર્ષોથી ફિલસૂફો, રહસ્યવાદીઓ, પ્રવાસીઓ અને અધ્યાત્મવાદીઓના મન પર કબજો કરી રહ્યાં છે. તેણે આવા સ્થળને "સુખનો સ્રોત" ગણાવ્યો. તેઓ માને છે કે એવા લોકો અસ્તિત્વમાં છે જે આંતર-પરિમાણીય છે અને તેમના માટે પરિમાણો વચ્ચે મુસાફરી કરવી સરળ છે. તેઓ આપણા કરતા શ્રેષ્ઠ છે કારણ કે તેમની પાસે ટ્રેસ વિના

દેખાવા અને અદૃશ્ય થઈ જવાની ક્ષમતા છે. માત્ર દુર્લભ પ્રસંગોએ જ મનુષ્ય તેમની કલ્પના કરી શકે છે. હિમાલયના પ્રદેશમાં બનતી વિચિત્ર ઘટનાઓની વાર્તાઓ સમયાંતરે કહેવામાં આવે છે. 20મી સદીમાં એક ભારતીય અખબારમાં પણ એક વાર્તા પ્રકાશિત થઈ હતી.

બ્રિટિશ મેયર જ્યારે હિમાલયમાં પડાવ નાખે છે ત્યારે અચાનક એક ઊંચો વિચિત્ર માણસ તેને જોઈ રહ્યો હતો. તે જોતાની સાથે જ અચાનક ગાયબ થઈ જાય છે. જ્યારે મેયરને ખરેખર આધાત લાગ્યો હતો, ત્યારે તિબેટીયન લોકો દ્વારા તેમની સાથે સામાન્ય વર્તન કરવામાં આવ્યું હતું. બાદમાં તેણે તેને કહ્યું કે આ લોકો કેવી રીતે પવિત્ર વિસ્તારના પ્રવેશદ્વારની રક્ષા કરે છે. રશિયન વૈજ્ઞાનિકોમાંના એક, લેડી સ્ટ્રેલકોવ, એવો પણ દાવો કરે છે કે આંતર-પરિમાણીય લોકોને તેમની દુનિયામાં માનવ હસ્તક્ષેપ પસંદ નથી. જેઓ તેનો ઊંડો અભ્યાસ કરવાનો પ્રયાસ કરે છે તેઓ ઘણીવાર દુર્ભાગ્ય અથવા નિષ્ફળતાનો સામનો કરે છે. તેઓ કહે છે કે કેટલાક વૈજ્ઞાનિકો, જેમણે શંભલા વિશે અભ્યાસ કરવાનો પ્રયાસ કર્યો, તેઓનું એક યા બીજી ઘટનામાં દુઃખદ અવસાન થયું. ઠીક છે, આવી વાર્તાઓ પર વિશ્વાસ કરવો સરળ નથી. તેમના માટે - આપણા બધાની જેમ - ત્રિ-પરિમાણીય દ્રષ્ટિકોણથી લેન્ડસ્કેપ જોવું, શાંગરી-લા જેવું સ્થળ, ફક્ત સપનામાં જ અસ્તિત્વમાં છે. જો કે, આવા સ્થળોની નજીક જવા માટે, આપણે પહેલા તેના અસ્તિત્વમાં વિશ્વાસ કરવાનું શરૂ કરવું જોઈએ, અને માત્ર ત્યારે જ આપણે એક તક ઊભી કરી શકીએ છીએ. શાંગરી-લાનું આ રહસ્યમય સામ્રાજ્ય અલગ-અલગ જગ્યાએ અલગ-અલગ નામથી ઓળખાય છે. ભારતમાં, હિન્દુઓ તેને આર્યવર્ષ કહે છે -

દ્રષ્ટિ દ્વારા મુસાફરી, આત્માના જાગૃતિ માટે ધ્યાન જરૂરી છે, જે આ રહસ્યમય દ્રષ્ટિના માર્ગને અવરોધે છે તેવા રીઢો વિચારો અને પૂર્વધારણાઓને કાપી નાખે છે. જીવનને ચોથા પરિમાણમાં જોવાની ક્ષમતા મેળવવા માટે જાગૃતિને મર્યાદિત ન કરવી એ પૂર્વશરત છે. આપણે જે જોઈએ છીએ તેમાં પવિત્રને સમજવાની ભાવના વિકસાવવાની જરૂર છે. આપણી પાસે જે પવિત્ર વાતાવરણ છે તેનાથી વાકેફ થવાથી, આપણે તેમની સાથે ખૂબ જ આદર અને કાળજી લેતા શીખીશું. આ રીતે, આપણને આ ભવ્ય સૌંદર્યના સ્થળની નજીક જવાની તક મળે છે. 1985 માં, કાલચક્ર ઉત્સવમાં, દલાઈ લામાએ ટાંક્યું: "જો કે વિશિષ્ટ જોડાણો ધરાવતા લોકો ખરેખર તેમના કર્મ જોડાણ દ્વારા ત્યાં જઈ શકે છે, તે હજુ પણ એક ભૌતિક સ્થાન નથી જે આપણે ખરેખર શોધી શકીએ છીએ. અમે ફક્ત એટલું જ કહી શકીએ કે તે શુદ્ધ ભૂમિ છે, માનવીય ક્ષેત્રમાં એક શુદ્ધ ભૂમિ છે. અને જ્યાં સુધી કોઈની પાસે યોગ્યતા અને વાસ્તવિક કર્મનો સંગ ન હોય, ત્યાં સુધી વ્યક્તિ ખરેખર ત્યાં પહોંચી શકતો નથી."

વેદનાથી મુક્ત સ્થાનની સતત શોધ, અને જે શાણપણ, દયા અને પ્રકૃતિ અને અન્ય મનુષ્યો સાથે સંવાદિતાનું ઘર છે, તેણે સેંકડો વર્ષોથી ફિલસૂફો, રહસ્યવાદીઓ, પ્રવાસીઓ અને અધ્યાત્મવાદીઓના મનમાં કબજો જમાવ્યો છે.

5
શાંગરી-લા શું છે? રહસ્ય અને જ્ઞાન

શાંગરી-લા એ એક પૌરાણિક યુટોપિયન ગામ છે જે હિમાલય પર્વતમાળાના અન્વેષિત પ્રદેશોમાં ઊંડે આવેલું છે. જો કે આ શબ્દનો ઉદ્ભવ 1930ના દાયકામાં થયો હતો, આ ખ્યાલ પ્રાચીન પરેડ જેમ કે શંભલા અને ઈડન ગાર્ડન જેવો જ છે. રહેવાસીઓ સેંકડો વર્ષોથી જીવ્યા હોવાનું કહેવાય છે, તેઓ પરંપરાગત બૌદ્ધ માર્ગોનો અભ્યાસ કરે છે, ભૌતિકવાદ અને અન્ય પશ્ચિમી પ્રભાવોથી મુક્ત છે અને પ્રકૃતિ સાથે સુમેળમાં છે. સૂત્રોના

જણાવ્યા અનુસાર, સારી રીતે છુપાયેલા ગામમાં, ઉચ્ચ શિખરોની શ્રેણીમાં, એક પવિત્ર મહેલ અને તળાવ છે.

સ્રોત

શાંગરી-લા શબ્દ 1933માં પ્રકાશિત જેમ્સ હિલ્ટનની નવલકથા લોસ્ટ હોરાઇઝન પર આધારિત છે. આ વાર્તા સંભવતઃ શંભલાની પ્રાચીન તિબેટીયન દંતકથા પરથી લેવામાં આવી છે. જો કે, 1580 ના દાયકામાં, પશ્ચિમી વિશ્વએ સૌપ્રથમ શંભલા અથવા શાંગરી-લા પ્રકારના સ્વર્ગનો ઉલ્લેખ સાંભળ્યો હતો. સમ્રાટ અકબરના દરબારમાં તે સમયના યુરોપિયન પ્રવાસીઓનું સ્વાગત કરવામાં આવ્યું હતું અને પૌરાણિક યુટોપિયા વિશે બધું સાંભળ્યું હતું.

સ્થાન

સ્રોતો સૂચવે છે કે સ્વર્ગ કુનલુન પર્વતોમાં સ્થિત હોઈ શકે છે, જે એશિયાની સૌથી લાંબી પર્વતમાળાઓમાંની એક છે. જિન રાજવંશમાં, 265 થી 420 બીસીઇ સુધી, ચાઇનીઝ કવિ તાઓ યુઆનમિંગે શાંગરી-લા જેવી જ જગ્યાનો ઉલ્લેખ કર્યો છે. તેની વાર્તામાં, એક માછીમાર તેની બોટ એક રહસ્યમય ગ્રોટોની નીચેથી પસાર થયા પછી એકાંત, લીલા વિસ્તારમાં રહેતા લોકોના જૂથને શોધે છે. ગામલોકો દયાળુ હતા, અને માછીમારનું તેમના આનંદી ઘરે સ્વાગત કર્યું. 2001 માં, આ સ્થળ પર વધુ પ્રવાસીઓને આકર્ષવા માટે આ વિસ્તારનું નામ બદલીને શાંગરી-લા રાખવામાં આવ્યું. લેખકો હુન્ઝા ખીણને સ્વર્ગના અન્ય સંભવિત સ્થળ તરીકે પણ દાવો કરે છે. આ હિલ્ટનના પુસ્તકનો આધાર હતો, પરંતુ આ પ્રદેશમાં કોઈ તિબેટીયન પ્રભાવ ન હોવાને કારણે તે ઓછા ઉમેદવાર છે. 1920 અને 30 ના દાયકામાં, એક નેશનલ જિયોગ્રાફિક રિપોર્ટર ચીનના યુનમાન પ્રાંતના વિસ્તારમાં રહેતા હતા, અને લશ કેન્યોનના લેખો અને ફોટોગ્રાફ્સ રજૂ કરતા હતા. કેટલાક સ્રોતો અનુસાર તે અન્ય સંભવિત શાંગરી-લા પણ હોઈ શકે છે. હિલ્ટનની નવલકથા લોસ્ટ હોરાઇઝનમાં, છુપાયેલ શાંગરી-લા એ લામારી છે જેની અધ્યક્ષતા 200 વર્ષીય સાધુ છે, અને કથિત રીતે કુનલુન પર્વતોમાં સ્થિત છે. રહેવાસીઓ શાંતિપૂર્ણ જીવન જીવતા હતા, પૈસા અથવા લોભથી મુક્ત હતા, અને તેમની પ્રાચીન સંસ્કૃતિના રહસ્યો રાખતા હતા. મહામંદીની અસરોને કારણે આ નવલકથા લોકપ્રિય બની હશે, જે તેના વાચકોને આશા અને બચવાનું સાધન પ્રદાન કરે છે. કેટલાક આંતરિક સૂત્રોના જણાવ્યા મુજબ, પુસ્તકની એક નકલ તે સમયે કેમ્પ ડેવિડમાં પણ મળી શકે છે. શંભલાના ખોવાયેલા, પૌરાણિક સામ્રાજ્યોની વાર્તાઓ લોસ્ટ હોરાઇઝન પહેલાની છે. સેંકડો વર્ષોથી, હિમાલયના એક સ્થળની બૌદ્ધ ઉપદેશોમાં વાર્તાઓ અસ્તિત્વમાં છે જ્યાં બૌદ્ધોની સૌથી પવિત્ર ઉપદેશો સચવાયેલી છે. આ ભૌતિક સ્થાનને બદલે આધ્યાત્મિક ગણાય છે અને તેને શંભલા તરીકે ઓળખવામાં આવે છે.

અધર્તિ અધર્તિ, અથવા અધર્તા, હિમાલયમાં સ્થિત છુપાયેલા ભૂગર્ભ શહેરની હોલો અર્થ થિયરી જેવી દંતકથા છે. એલેક્ઝાન્ડ્રે સેન્ટ-યવેસ ડી'આલ્વેડ્રે, ફ્રેન્ચ જાદુગર, અધર્તા વિશે લખ્યું હતું. પૌરાણિક સામ્રાજ્યમાં ખૂબ જ અદ્યતન તકનીક હોવાનું માનવામાં આવતું

હતું. પ્રખ્યાત થિયોસોફિસ્ટ મેડમ બ્લાવત્સ્કીએ પછી વાર્તાને આગળ વધારતા દાવો કર્યો કે શંભલા સુધી અધર્તા ટનલ દ્વારા પહોંચી શકાય છે. આધુનિક સંદર્ભ શાંગરી-લા એ શનિના ચંદ્ર, ટાઇટનના ઘેરા ભાગનું નામ છે, જે પ્રવાહી હાઇડ્રોકાર્બનથી ભરેલું છે. આ ટાઇટન અને પૃથ્વીની સમાનતાની બીજી નિશાની હોવાનું કહેવાય છે અને કદાચ આપણા પોતાના ગ્રહની બહાર શાંગરી-લાની આશા આપે છે! હિલ્ટનની નવલકથાની પ્રશંસા બાદ, આ જ નામથી એક ફિલ્મ બનાવવામાં આવી હતી, અને 1937માં તે ખૂબ જ સફળ રહી હતી. તાજેતરની ફિલ્મોમાં પણ થીમનો ઉપયોગ કરવામાં આવ્યો છે; ઉદાહરણ તરીકે, સ્કાય કેપ્ટન અને ધ વર્લ્ડ ઓફ ટુમોરોમાં પાત્રો પોતાને શાંગરી-લામાં શોધવા માટે જાગે છે. કેટલીક ટીવી શ્રેણીઓએ છુપાયેલા સ્વર્ગની કલ્પના તેમજ વિવિધ પુસ્તકો અને ગીતોનો ઉપયોગ કર્યો છે. યુટોપિયા શબ્દ લેટિન ભાષામાંથી આવ્યો છે અને તેનો અર્થ કોઈ જગ્યા નથી. તે યુટોપિયા, શંભલા, એડન અથવા શાંગરી-લાનું આવશ્યક તત્વ છે. જો તે મળી શકે, તો તે મુલાકાતીઓથી ભરાઈ જશે અને તેના આવશ્યક યુટોપિયન ગુણો ગુમાવશે. કદાચ, ઘણા પૂર્વીય ફિલસૂફી કહે છે તેમ, આપણે ખરેખર આ સુખી સ્થાનો આપણી અંદર શોધી શકીએ છીએ.

એશિયા ટ્રાન્સપેસિફિક જર્નીઝના ક્રિસ ડનહામ ઉનાળાના અંતમાં ખાંપા હોર્સ ફેસ્ટિવલ, ત્રણ દિવસના તહેવારો, ગીતો અને ઘોડેસવારી શો દરમિયાન પ્રવાસનું આયોજન કરે છે. મોટાભાગના પ્રવાસીઓ શાંગરી-લાના મુખ્ય નગર ડિકિંગમાં અને તેની આસપાસ રહે છે, જે પ્રાચીન ચાના વેપારના માર્ગ પરનું ભૂતપૂર્વ હબ હતું.

શાંગરી-લા એ એક પૌરાણિક યુટોપિયન ગામ છે જે હિમાલય પર્વતમાળાના અન્વેષિત પ્રદેશોમાં ઊંડે આવેલું છે. જો કે આ શબ્દનો ઉદ્ભવ 1930ના દાયકામાં થયો હતો, આ ખ્યાલ પ્રાચીન પરેડ જેમ કે શંભલા અને ઈડન ગાર્ડન જેવો જ છે. રહેવાસીઓ સેંકડો વર્ષોથી જીવ્યા હોવાનું કહેવાય છે, તેઓ પરંપરાગત બૌદ્ધ માર્ગોનો અભ્યાસ કરે છે, ભૌતિકવાદ અને અન્ય પશ્ચિમી પ્રભાવોથી મુક્ત છે અને પ્રકૃતિ સાથે સુમેળમાં છે. સૂત્રોના જણાવ્યા અનુસાર, સારી રીતે છુપાયેલા ગામમાં, ઉચ્ચ શિખરોની શ્રેણીમાં, એક પવિત્ર મહેલ અને તળાવ છે.

એશિયા ટ્રાન્સપેસિફિક જર્નીઝના ક્રિસ ડનહામ ઉનાળાના અંતમાં ખાંપા હોર્સ ફેસ્ટિવલ, ત્રણ દિવસના તહેવારો, ગીતો અને ઘોડેસવારી શો દરમિયાન પ્રવાસનું આયોજન કરે છે. મોટાભાગના પ્રવાસીઓ શાંગરી-લાના મુખ્ય નગર ડિકિંગમાં અને તેની આસપાસ રહે છે, જે પ્રાચીન ચાના વેપારના માર્ગ પરનું ભૂતપૂર્વ હબ હતું.

વર્ષોથી, હિલ્ટનની નવલકથામાં વર્ણવેલ સમુદાય સાથે પૂર્વ એશિયામાં પર્વતીય એકાંતની ઓળખ થઈ. દંતકથા વાસ્તવિક મુકામમાં ફેરવાઈ ગઈ. હિલ્ટનની નવલકથામાં શાંગરી-લાની શોધ કરવામાં આવી હોવા છતાં, તે પૃથ્વી પરના સ્વર્ગની કલ્પના કરનાર પ્રથમ વ્યક્તિ ન હતો. સદીઓથી, પૃથ્વી પર ખોવાયેલા સ્વર્ગની દંતકથાનો માનવ કલ્પના પર ઐતિહાસિક પ્રભાવ રહ્યો છે. સેલ્ટિક, સુમેરિયન અને તિબેટીયન બૌદ્ધ ઉપદેશો આવા સ્થળની વાત કરે છે, જેમ કે મુઘલ સમ્રાટ અકબરના

દરબારમાં કહેલી વાર્તાઓ. ઉત્પત્તિમાં, બાઇબલ આપણને પૃથ્વી પરના સ્વર્ગનું દર્શન આપે છે: એડન નામનો બગીચો. પતનથી, માનવજાત ખોવાયેલા સ્વર્ગની ઝંખના કરે છે કારણ કે પાપ જણે આપણને આપણા નિર્માતાથી અલગ કર્યા છે. શાંગરી-લાની રહસ્યમય અપીલ શાંગરી-લાનું સ્થાન, ઓછામાં ઓછું કાર્ટોગ્રાફિક અર્થમાં, હવે અસ્પષ્ટ નથી. 2001 માં, પર્યટનને પ્રોત્સાહન આપવા માટે, ઝોંગડીયન શહેરનું નામ બદલીને શાંગરી-લા કર્યું. આ શહેર એ વિસ્તારમાં છે જેની હિલ્ટને કલ્પના કરી હતી. હવે જ્યારે શાંગરી-લા સત્તાવાર રીતે "નકશા પર" છે, ત્યારે સ્થાનિક પ્રવાસન વધી રહું છે. પ્રખ્યાત કલાકારો હેલિકોપ્ટર સવારી દ્વારા પહોંચ્યા છે. પ્રવાસીઓના ધસારાને પહોંચી વળવા બાર અને સંભારણુંની દુકાનો ખુલી છે. આ પ્રદેશ તેની રહસ્યમય આકર્ષણ જાળવી રાખે છે કારણ કે, ઘણી રીતે, તેની મુલાકાત લેવાથી એવું લાગે છે કે તમે સમયસર પાછા ફર્યા છો. શાંગરી-લાનું ઓલ્ડ સિટી જૂના યુગ જેવું લાગે છે. ઘણા વર્ષો પહેલા, જૂનું શહેર બળીને ખાખ થઈ ગયું હતું અને તેનો મોટાભાગનો ભાગ ફરીથી બાંધવો પડયો હતો. સાંજના સમયે, પુરુષો અને સ્ત્રીઓ પરંપરાગત તિબેટીયન શૈલીમાં નૃત્ય કરવા માટે મુખ્ય નગર ચોકની બાજુમાં નાના ચોકમાં ભેગા થાય છે. જાજરમાન બરફથી આચ્છાદિત પર્વતો અને પ્રતિષ્ઠિત તિબેટીયન મંદિર અને શહેરની દેખરેખ કરતી ટેકરી પર લામાસેરી રહસ્યમય આભાને વધારે છે. લામાસેરી એ તિબેટીયન લામાઓ અથવા સાધુઓ માટેનો મઠ છે.

આ પ્રદેશ પૂર્વ એશિયાની સૌથી ઊંચી પર્વતમાળાઓનું ઘર છે. કાવાગાચ્યો પર ચઢવાના પ્રયાસમાં સત્તર ચીન-જાપાની ક્લાઇમ્બર્સ માર્યા ગયા પછી, સરકારે પર્વતને ક્લાઇમ્બર્સ માટે બંધ કરી દીધો. તિબેટીયન બૌદ્ધ શિખરને પવિત્ર માને છે. સ્વર્ગમાં જિવનની કાળી વાસ્તવિકતાઓ શાંગરી-લા એડન નથી. આ ધરતીનું સ્વર્ગ સંપૂર્ણતાથી રહિત છે. જો કે ઘણા તિબેટીયન બૌદ્ધો જ્યાં રહે છે તે વિસ્તાર સુંદર હોઈ શકે છે, તે સ્થાનિક લોકો પર ટોલ લે છે. હિલ્ટનની નવલકથામાં અકુદરતી રીતે યુવાન રહેવાસીઓથી વિપરીત, શરીરની ઉંમર ઘણી વખત અકાળે થાય છે. તિબેટીયનોની નિર્ધારિત કરચલીઓ અને ભીંગડાંવાળું કે જેવું ત્વચા આ આત્યંતિક વાતાવરણમાં ટકી રહેવાની મુશ્કેલીની સાક્ષી આપે છે. ઉચ્ચ ઊંચાઈ વૃદ્ધત્વ પ્રક્રિયાને ઝડપી બનાવે છે. અને ઊંચાઈએ જન્મેલા બાળકોને વારંવાર જન્મજાત હ્રદયના રોગો હોય છે. કદાચ હિલ્ટને તેણીની નવલકથા માટે તિબેટીયન ક્ષેત્રને સેટિંગ તરીકે પસંદ કર્યું કારણ કે ઘણા પશ્ચિમી લોકો તિબેટીયન બૌદ્ધ ધર્મ સાથે ધ્યાન અને સંવાદિતા પર કેન્દ્રિત સુખી, સુમેળભર્યા વિશ્વાસ તરીકે ધરાવે છે. મોટાભાગના લોકો હિમાલયમાં છુપાયેલા અંધકાર - આધ્યાત્મિક જુલમ અને શૈતાની પ્રભાવ -ની ઊડાઈને સમજી શકતા નથી. શાંગરી-લા વિશ્વના સૌથી મોટા પ્રાર્થના ચકનું ઘર છે.

વૃદ્ધ પુરુષો અને સ્ત્રીઓ તેમના દિવસનો મોટાભાગનો સમય પ્રાર્થના પૈડાં અને સ્તૂપની પરિક્રમા કરવામાં વિતાવે છે, જે મણ-આકારની રચનાઓ છે જે ધાર્મિક અવશેષો ધરાવે છે. લોકો ઠંડીના વાતાવરણમાં પણ વહેલી સવારના સમયે પવિત્ર ગણાતા સંસ્કૃતમાં મંત્રો પાઠ કરી રહ્યા છે. તિબેટીયન બૌદ્ધો તેમના ભાવિ અને ભવિષ્યની અનિશ્ચિતતામાં

જીવે છે. તેઓ મંત્રોના પઠન પર નજર રાખવા માટે પ્રાર્થના માળાનો ઉપયોગ કરે છે. કેટલીકવાર પુરુષો અને સ્ત્રીઓ સ્તૂપની પરિક્રમા કરતી વખતે પોતાને પ્રણામ કરે છે. શું તેની ભક્તિ નિર્વાણ સુધી પહોંચવા અને તેના પાપોનું પ્રાયશ્ચિત કરવા માટે પૂરતી છે? તે ક્યારે પૂરતું હશે? અનંતકાળની આ બાજુ પર, તેમની પાસે કોઈ જવાબ નથી. જવાબની ગેરહાજરીમાં, તિબેટીયન બૌદ્ધો પ્રભાવ આધારિત ધર્મ દ્વારા બંધાયેલા છે.વર્ષોથી, હિલ્ટનની નવલકથામાં વર્ણવેલ સમુદાય સાથે પૂર્વ એશિયામાં પર્વતીય એકાંતની ઓળખ થઈ. દંતકથા વાસ્તવિક મુકામમાં ફેરવાઈ ગઈ. હિલ્ટનની નવલકથામાં શાંગરી-લાની શોધ કરવામાં આવી હોવા છતાં, તે પૃથ્વી પરના સ્વર્ગની કલ્પના કરનાર પ્રથમ વ્યક્તિ ન હતો. સદીઓથી, પૃથ્વી પર ખોવાયેલા સ્વર્ગની દંતકથાનો માનવ કલ્પના પર ઐતિહાસિક પ્રભાવ રહ્યો છે. સેલ્ટિક, સુમેરિયન અને તિબેટીયન બૌદ્ધ ઉપદેશો આવા સ્થળની વાત કરે છે, જેમ કે મુઘલ સમ્રાટ અકબરના દરબારમાં કહેલી વાર્તાઓ. ઉત્પત્તિમાં, બાઇબલ આપણને પૃથ્વી પરના સ્વર્ગનું દર્શન આપે છે: એડન નામનો બગીચો. પતનથી, માનવજાત ખોવાયેલા સ્વર્ગની ઝંખના કરે છે કારણ કે પાપ જેણે આપણને આપણા નિર્માતાથી અલગ કર્યા છે. શાંગરી-લાની રહસ્યમય અપીલ શાંગરી-લાનું સ્થાન, ઓછામાં ઓછું કાર્ટોગ્રાફિક અર્થમાં, હવે અસ્પષ્ટ નથી. 2001 માં, પર્યટનને પ્રોત્સાહન આપવા માટે, ઝોંગડીયન શહેરનું નામ બદલીને શાંગરી-લા કર્યું. આ શહેર એ વિસ્તારમાં છે જેની હિલ્ટને કલ્પના કરી હતી. હવે જ્યારે શાંગરી-લા સત્તાવાર રીતે "નકશા પર" છે, ત્યારે સ્થાનિક પ્રવાસન વધી રહ્યું છે. પ્રખ્યાત કલાકારો હેલિકોપ્ટર સવારી દ્વારા પહોંચ્યા છે. પ્રવાસીઓના ધસારાને પહોંચી વળવા બાર અને સંભારણુંની દુકાનો ખુલી છે.

આ પ્રદેશ તેની રહસ્યમય આકર્ષણ જાળવી રાખે છે કારણ કે, ઘણી રીતે, તેની મુલાકાત લેવાથી એવું લાગે છે કે તમે સમયસર પાછા ફર્યા છો. શાંગરી-લાનું ઓલ્ડ સિટી જૂના યુગ જેવું લાગે છે. ઘણા વર્ષો પહેલા, જૂનું શહેર બળીને ખાખ થઈ ગયું હતું અને તેનો મોટાભાગનો ભાગ ફરીથી બાંધવો પડ્યો હતો. સાંજના સમયે, પુરુષો અને સ્ત્રીઓ પરંપરાગત તિબેટીયન શૈલીમાં નૃત્ય કરવા માટે મુખ્ય નગર ચોકની બાજુમાં નાના ચોકમાં ભેગા થાય છે. જાજરમાન બરફથી આચ્છાદિત પર્વતો અને પ્રતિષ્ઠિત તિબેટીયન મંદિર અને શહેરની દેખરેખ કરતી ટેકરી પર લામાસેરી રહસ્યમય આભાને વધારે છે. લામાસેરી એ તિબેટીયન લામાઓ અથવા સાધુઓ માટેનો મઠ છે. આ પ્રદેશ પૂર્વ એશિયાની સૌથી ઊંચી પર્વતમાળાઓનું ઘર છે. કાવાગારો પર ચઢવાના પ્રયાસમાં સત્તર ચીન-જાપાની ક્લાઇમ્બર્સ માર્યા ગયા પછી, સરકારે પર્વતને ક્લાઇમ્બર્સ માટે બંધ કરી દીધો. તિબેટીયન બૌદ્ધ શિખરને પવિત્ર માને છે. સ્વર્ગમાં જીવનની કાળી વાસ્તવિકતાઓ શાંગરી-લા એડન નથી. આ ધરતીનું સ્વર્ગ સંપૂર્ણતાથી રહિત છે. જો કે ઘણા તિબેટીયન બૌદ્ધો જ્યાં રહે છે તે વિસ્તાર સુંદર હોઈ શકે છે, તે સ્થાનિક લોકો પર ટોલ લે છે. હિલ્ટનની નવલકથામાં અકુદરતી રીતે યુવાન રહેવાસીઓથી વિપરીત, શરીરની ઉંમર ઘણી વખત અકાળે થાય છે. તિબેટીયનોની નિર્ધારિત કરચલીઓ અને ભીંગડાંવાળું

કે જેવું ત્વચા આ આત્યંતિક વાતાવરણમાં ટકી રહેવાની મુશ્કેલીની સાક્ષી આપે છે.

ઉચ્ચ ઊંચાઈ વૃદ્ધત્વ પ્રક્રિયાને ઝડપી બનાવે છે. અને ઊંચાઈએ જન્મેલા બાળકોને વારંવાર જન્મજાત હૃદયના રોગો હોય છે. કદાચ હિલ્ટને તેણીની નવલકથા માટે તિબેટીયન ક્ષેત્રને સેટિંગ તરીકે પસંદ કર્યું કારણ કે ઘણા પશ્ચિમી લોકો તિબેટીયન બૌદ્ધ ધર્મ સાથે ધ્યાન અને સંવાદિતા પર કેન્દ્રિત સુખી, સુમેળભર્યા વિશ્વાસ તરીકે ધરાવે છે. મોટાભાગના લોકો હિમાલયમાં છુપાયેલા અંધકાર - આધ્યાત્મિક જુલમ અને શૈતાની પ્રભાવ -ની ઊંડાઈને સમજી શકતા નથી. શાંગરી-લા વિશ્વના સૌથી મોટા પ્રાર્થના ચક્રનું ઘર છે. વૃદ્ધ પુરુષો અને સ્ત્રીઓ તેમના દિવસનો મોટાભાગનો સમય પ્રાર્થના પૈડાં અને સ્તૂપની પરિક્રમા કરવામાં વિતાવે છે, જે મણ-આકારની રચનાઓ છે જે ધાર્મિક અવશેષો ધરાવે છે. લોકો ઠંડીના વાતાવરણમાં પણ વહેલી સવારના સમયે પવિત્ર ગણાતા સંસ્કૃતમાં મંત્રો પાઠ કરી રહ્યા છે. તિબેટીયન બૌદ્ધો તેમના ભાવિ અને ભવિષ્યની અનિશ્ચિતતામાં જીવે છે. તેઓ મંત્રોના પઠન પર નજર રાખવા માટે પ્રાર્થના માળાનો ઉપયોગ કરે છે. કેટલીકવાર પુરુષો અને સ્ત્રીઓ સ્તૂપની પરિક્રમા કરતી વખતે પોતાને પ્રણામ કરે છે. શું તેની ભક્તિ નિર્વાણ સુધી પહોંચવા અને તેના પાપોનું પ્રાયશ્ચિત કરવા માટે પૂરતી છે? તે ક્યારે પૂરતું હશે? અનંતકાળની આ બાજુ પર, તેમની પાસે કોઈ જવાબ નથી. જવાબની ગેરહાજરીમાં, તિબેટીયન બૌદ્ધો પ્રભાવ આધારિત ધર્મ દ્વારા બંધાયેલા છે.

6
મેડમ બ્લેવાત્સ્કી અને શાંગ્રીલા

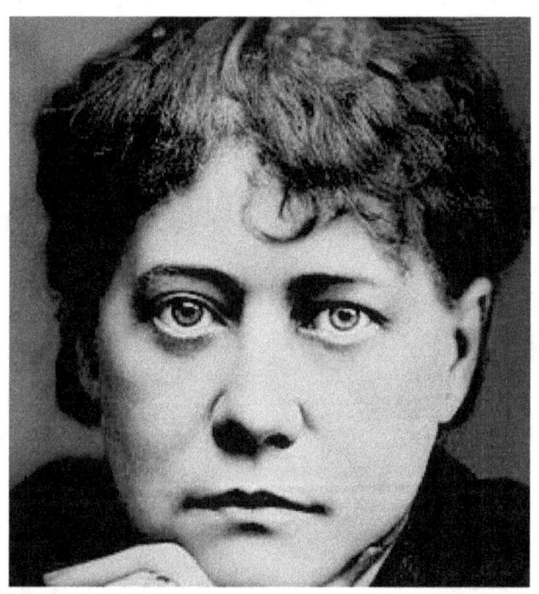

મેડમ બ્લેવાત્સ્કી

ઑક્ટોબર 1874 માં, મેડમ બ્લેવાત્સ્કી નામની એક રશિયન મહિલા વર્મોન્ટના ચિટ્ટેનડેનના ખેતરમાં આવી. આ કોઈ સામાન્ય દેશની સફર ન હતી: તેણે એડી બ્રધર્સના ફાર્મની મુસાફરી કરી હતી, જ્યાં, ઘણા મહિનાઓથી, સાક્ષીઓએ વિચિત્ર અલૌકિક ઘટનાઓ વિશે વાત કરી હતી જે લગભગ રાત્રે બનતી હતી. મૃતકોના આત્માઓ દેખાશે,

અને ભાઈઓ-બંને માનસિક માધ્યમ હોવાનો દાવો કરે છે-સ્તક દર્શકોની સામે ઉડી જશે.

બ્લેવાત્સ્કીના આગમન પછી પેરાનોર્મલ પ્રવૃત્તિમાં ભારે વધારો થયો હતો. દૂરના દેશોમાંથી એક રશિયન મહિલાના ભૂતિયા દેખાવના અહેવાલો બહાર આવ્યા જે ધુમાડાના પફમાં અદૃશ્ય થઈ જાય તે પહેલાં અવિદ્યમાન સંગીતનાં સાધનો પર ભૂતિયા ધૂન વગાડતી રહી.

તે 1874 સત્ર પ્રથમ કે છેલ્લી વખત નહોતું જ્યારે બ્લેવાત્સ્કી અલૌકિક રીતે જિજ્ઞાસુઓને ષડયંત્ર કરશે - અને ત્યારથી તે ધ્રુવીકરણ કરે છે. થિયોસોફિકલ ચળવળના પછીના નેતા, વિલિયમ કિંસલેન્ડે તેને શોધવામાં મદદ કરી, તેણીને "તેની ઉંમરની સૌથી નોંધપાત્ર તેમજ સૌથી નોંધપાત્ર મહિલા" તરીકે વર્ણવી. તેનાથી વિપરીત, સોસાયટી ફોર સાયકિકલ રિસર્ચએ તેમને "ઇતિહાસના સૌથી કુશળ, બુદ્ધિશાળી અને રસપ્રદ ઢોંગ કરનારાઓમાંના એક" તરીકે યાદગાર રીતે બરતરફ કર્યા.

મેડમ બ્લેવાત્સ્કી બનવું

હેલેના પેટ્રોવના વોન હેનનો જન્મ 1831 માં રશિયન શહેર ચેકાટેરિનોસ્લાવ (હવે યુક્રેનમાં ડીનીપ્રો) માં એક સમૃદ્ધ પરિવારમાં થયો હતો. તેણીની બહેનના પછીના સંસ્મરણો અનુસાર, યુવાન હેલેના એક અકાળ અને મજબૂત ઇચ્છા ધરાવતી બાળક હતી જેણે નાનપણથી જ ગૂઢવિદ્યામાં રસ લીધો હતો. તેણીએ બાર્નિંગ બોયર્ક નામના પ્રાચીન રહસ્યવાદી સાથે મિત્રતા કરી હોવાનું કહેવાય છે, જેમણે તેના પરિવારને કહ્યું હતું કે, "તેના માટે આગળ મોટી વસ્તુઓ છે."

હેલેનાએ નિકિફોર વ્લાદિમીરોવિચ બ્લેવાત્સ્કી સાથે લગ્ન કર્યા, જે તેની ઉંમરના ત્રણ ગણા રશિયન જનરલ હતા, જ્યારે તે માત્ર 17 વર્ષની હતી. તે અલ્પજીવી યુનિયન હતું જેનો અંત આવ્યો જ્યારે હેલેના બ્લેવાત્સ્કી કોન્સ્ટેન્ટિનોપલ ભાગી ગઈ. પછીની ક્વાર્ટર-સદી દરમિયાન શું થયું તેની વિગતો છૂટીછવાઈ રહે છે. બ્લેવાત્સ્કીની ઘટનાઓના પોતાના રેમ્બલિંગ સંસ્કરણ સિવાયના અન્ય પર આધાર રાખવા માટે બહુ ઓછા દસ્તાવેજી પુરાવા છે-અને તેણી ક્યારેય સૌથી વિશ્વસનીય વાર્તાકાર તરીકે જાણીતી નહોતી.

તેણે જ્ઞાનની શોધમાં વિશ્વની યાત્રા કરી હોવાનો દાવો કર્યો હતો. આમાં આધ્યાત્મિક ઋષિઓ અથવા માસ્ટરો સાથે અભ્યાસ કરવા માટે તિબેટની જીવન-પરિવર્તનશીલ સફરનો સમાવેશ થાય છે. તે પછી, પછીના થિયોસોફિકલ ગ્રંથો અનુસાર, તેમને પ્રથમ આધ્યાત્મિક જ્ઞાનનો સંદેશ પશ્ચિમી વિશ્વમાં લાવવાનું મિશન આપવામાં આવ્યું હતું.

મેડમ બ્લેવાત્સ્કી 1873 ના ઉનાળા દરમિયાન તિબેટમાં તેમણે શોધેલા આધ્યાત્મિક સત્યોને ફેલાવવાના ઉદ્દેશ્ય સાથે ન્યૂયોર્ક પહોંચ્યા. તેણી ચોક્કસપણે એક યોગ્ય સમયે આવી હતી: મુખ્ય પ્રવાહની ધર્મની લાંબા સમયથી ચાલતી માન્યતાઓને નવી વૈજ્ઞાનિક શોધો દ્વારા પડકારવામાં આવી રહી હતી. અધ્યાત્મવાદ, જે જીવિતોને આધ્યાત્મિક અભ્યાસ દ્વારા મૃત લોકો સાથે વાતચીત કરવાની સ્પષ્ટ તક આપે છે, તે ખાસ કરીને લોકપ્રિય વિકલ્પ સાબિત થઈ રહ્યો હતો.

થિયોસોફિકલ સોસાયટીનો ઉદય

બ્લેવાત્સ્કી સૌપ્રથમ કર્નલ હેનરી સ્ટીલ ઓલકોટને મળ્યા, એક આદરણીય વકીલ અને સિવિલ વોરના પીઢ, એક વર્ષ પછી ઉપરોક્ત વર્મોન્ટ સત્રમાં. ધ પીપલ ફ્રોમ ધ અધર વર્લ્ડમાં, ઓલકોટ યાદ કરે છે કે તે એડી ભાઈઓના ખેતરમાં સાક્ષી આપવા ગયો હતો અને તેને કહેવામાં આવ્યું હતું કે ત્યાં વિચિત્ર ઘટનાઓ બની રહી છે. તેણે બે દાયકા કરતાં વધુ સમયથી ગુપ્ત પ્રથાઓની તપાસ કરી હતી. પરંતુ તે પહેલાં ક્યારેય બ્લેવાત્સ્કી જેવા કોઈને મળ્યો ન હતો, જેને તેણે તેના આંતરિક વર્તુળમાં અન્ય લોકો સાથે HPB તરીકે ઓળખાવ્યો હતો. પૂર્વીય ધર્મી વિશેના તેમના જ્ઞાને તેમની સાથે એક ખાસ તારો બાંધ્યો, કારણ કે તે તેમને આ બધા પાછળના ગુપ્ત ફિલસૂફીનો અભ્યાસ કરવાની તક આપે છે. તેણે પાછળથી લખ્યું, "હવે ધીરે ધીરે, એચપીબીએ મને પૂર્વીય અનુયાયીઓ અને તેમની શક્તિઓનું અસ્તિત્વ જાહેર કર્યું, અને પ્રકૃતિની ગુપ્ત શક્તિઓ પર તેના પોતાના નિયંત્રણના અસંખ્ય પુરાવાઓ દ્વારા મને આપ્યા."

1875 માં, બ્લેવાત્સ્કી અને ઓલકોટે થિયોસોફિકલ સોસાયટીની સ્થાપના કરી. થિયોસોફીના અનુયાયીઓ - જેનો અર્થ થાય છે "દૈવી શાણપણ" - વિશ્વના ધર્મોના તુલનાત્મક અભ્યાસ અને પ્રકૃતિના સાર્વત્રિક નિયમોની શોધ દ્વારા વધુ આધ્યાત્મિક સમજ પ્રાપ્ત કરીને સામાન્ય માનવ ચેતનાને પાર કરવાનો પ્રયાસ કરે છે. જો તે પ્રકારની વિચારસરણી સમય માટે પૂરતી પ્રગતિશીલ ન હતી, તો થિયોસોફિકલ સોસાયટીએ "જાતિ, સંપ્રદાય, લિંગ, જાતિ અથવા રંગના ભેદ વિના માનવતાના સાર્વત્રિક ભાઈચારાને" પ્રોત્સાહન આપીને કટ્ટરતાનો અંત લાવવાનો પ્રયાસ કર્યો. (જો કે, બ્લેવાત્સ્કીના કેટલાક લખાણો, તેમજ સ્વસ્તિક સાથેના આર્યોના તેમના જોડાણે 20મી સદીની શરૂઆતમાં યુરોપમાં શ્વેત સર્વોપરી જૂથોને પ્રભાવિત કર્યા હતા.)

બ્લેવાત્સ્કીનું પુસ્તક, ઇસિસ અનવેલ, તેણીએ લખેલા ઘણા લાંબા પુસ્તકોમાંનું પ્રથમ પુસ્તક હતું જે તેણીના મૃત્યુ પછી લાંબા સમય સુધી લોકપ્રિય રહ્યું હતું. ઓલકોટ અને થોમસ એડિસન જેવી પ્રતિષ્ઠિત હસ્તીઓનો ટેકો મેળવવા માટે તેણી ભાગ્યશાળી હતી. તેઓએ તેણીના કામને ખૂબ જ જરૂરી સ્યુડો-આદરની હવા આપી, કારણ કે તેમાં કેટલાક આશ્ચર્યજનક દાવાઓ શામેલ છે: બ્લેવાત્સ્કીએ ભારપૂર્વક જણાવ્યું હતું કે તેણી અસાધારણ પેરાનોર્મલ પરાક્રમો કરવા સક્ષમ હતી કારણ કે તેણી

અગરતી, અથવા અઘર્તા, હિમાલયમાં સ્થિત છુપાયેલા ભૂગર્ભ શહેરની હોલો અર્થ થિયરી જેવી દંતકથા છે. એલેક્ઝાન્ડ્રે સેન્ટ-યવેસ ડી'આલ્વેદ્રે, એક ફ્રેન્ચ જાદુગર, અગર્થા વિશે લખ્યું હતું.

ઓક્ટોબર 1874 માં, મેડમ બ્લેવાત્સ્કી નામની એક રશિયન મહિલા વર્મોન્ટના ચિટ્ટેનડેનના ખેતરમાં આવી. આ કોઈ સામાન્ય દેશની સફર ન હતી: તેણે એડી બ્રધર્સના ફાર્મની મુસાફરી કરી હતી, જ્યાં, ઘણા મહિનાઓથી, સાક્ષીઓએ વિચિત્ર અલૌકિક ઘટનાઓ વિશે વાત કરી હતી જે લગભગ રાત્રે બનતી હતી. મૃતકોના આત્માઓ દેખાશે, અને ભાઈઓ-બંને માનસિક માધ્યમ હોવાનો દાવો કરે છે-સ્તક દર્શકોની સામે ઉડી જશે.

બ્લેવાત્સ્કીના આગમન પછી પેરાનોર્મલ પ્રવૃત્તિમાં ભારે વધારો થયો હતો. દૂરના દેશોમાંથી એક રશિયન મહિલાના ભૂતિયા દેખાવના અહેવાલો બહાર આવ્યા જે ધુમાડાના પફમાં અદૃશ્ય થઈ જાય તે પહેલાં અવિદ્યમાન સંગીતનાં સાધનો પર ભૂતિયા ધૂન વગાડતી રહી.

તે 1874 સત્ર પ્રથમ કે છેલ્લી વખત નહોતું જ્યારે બ્લેવાત્સ્કી અલૌકિક રીતે જિજ્ઞાસુઓને ષડયંત્ર કરશે - અને ત્યારથી તે ધ્રુવીકરણ કરે છે. થિયોસોફિકલ ચળવળના પછીના નેતા, વિલિયમ કિંઝલેન્ડે તેને શોધવામાં મદદ કરી, તેણીને "તેની ઉંમરની સૌથી નોંધપાત્ર તેમજ સૌથી નોંધપાત્ર મહિલા" તરીકે વર્ણવી. તેનાથી વિપરીત, સોસાયટી ફોર સાયકિકલ રિસર્ચે તેમને "ઇતિહાસના સૌથી કુશળ, બુદ્ધિશાળી અને રસપ્રદ ઢોંગ કરનારાઓમાંના એક" તરીકે યાદગાર રીતે બરતરફ કર્યા.

1875 માં, બ્લેવાત્સ્કી અને ઓલકોટે થિયોસોફિકલ સોસાયટીની સ્થાપના કરી. થિયોસોફીના અનુયાયીઓ - જેનો અર્થ થાય છે "દૈવી શાણપણ" - વિશ્વના ધર્મોના તુલનાત્મક અભ્યાસ અને પ્રકૃતિના સાર્વત્રિક નિયમોની શોધ દ્વારા વધુ આધ્યાત્મિક સમજ પ્રાપ્ત કરીને સામાન્ય માનવ ચેતનાને પાર કરવાનો પ્રયાસ કરે છે. જો તે પ્રકારની વિચારસરણી સમય માટે પૂરતી પ્રગતિશીલ ન હતી, તો થિયોસોફિકલ સોસાયટીએ "જાતિ, સંપ્રદાય, લિંગ, જાતિ અથવા રંગના ભેદ વિના માનવતાના સાર્વત્રિક ભાઈચારાને" પ્રોત્સાહન આપીને કટ્ટરતાનો અંત લાવવાનો પ્રયાસ કર્યો. (જો કે, બ્લેવાત્સ્કીના કેટલાક લખાણો, તેમજ સ્વસ્તિક સાથેના આર્યોના તેમના જોડાણે 20મી સદીની શરૂઆતમાં યુરોપમાં શ્વેત સર્વોપરી જૂથોને પ્રભાવિત કર્યા હતા.)

બ્લેવાત્સ્કીનું પુસ્તક, ઇસિસ અનવેલ્ડ, તેણીએ લખેલા ઘણા લાંબા પુસ્તકોમાંનું પ્રથમ પુસ્તક હતું જે તેણીના મૃત્યુ પછી લાંબા સમય સુધી લોકપ્રિય રહ્યું હતું. ઓલકોટ અને થોમસ એડિસન જેવી પ્રતિષ્ઠિત હસ્તીઓનો ટેકો મેળવવા માટે તેણી ભાગ્યશાળી હતી. તેઓએ તેણીના કામને ખૂબ જ જરૂરી સ્યુડો-આદરની હવા આપી, કારણ કે તેમાં કેટલાક આશ્ચર્યજનક દાવાઓ શામેલ છે: બ્લેવાત્સ્કીએ ભારપૂર્વક જણાવ્યું હતું કે તેની અસાધારણ પેરાનોર્મલ પરાક્રમો કરવા સક્ષમ હતી કારણ કે તેણી

અગરતી, અથવા અધર્તા, હિમાલયમાં સ્થિત છુપાયેલા ભૂગર્ભ શહેરની હોલો અર્થ થિયરી જેવી દંતકથા છે. એલેક્ઝાન્ડ્રે સેન્ટ-યવેસ ડી'આલ્વેદ્રે, એક ફ્રેન્ચ જાદુગર, અગર્થા વિશે લખ્યું હતું.

ઓક્ટોબર 1874 માં, મેડમ બ્લેવાત્સ્કી નામની એક રશિયન મહિલા વર્મોન્ટના ચિટ્ટેનડેનના ખેતરમાં આવી. આ કોઈ સામાન્ય દેશની સફર ન હતી: તેણે એડી બ્રધર્સના ફાર્મની મુસાફરી કરી હતી, જ્યાં, ઘણા મહિનાઓથી, સાક્ષીઓએ વિચિત્ર અલૌકિક ઘટનાઓ વિશે વાત કરી હતી જે લગભગ રાત્રે બનતી હતી. મૃતકોના આત્માઓ દેખાશે, અને ભાઈઓ-બંને માનસિક માધ્યમ હોવાનો દાવો કરે છે-સ્તક દર્શકોની સામે ઉડી જશે.

અગરતી, અથવા અધર્તા, હિમાલયમાં સ્થિત છુપાયેલા ભૂગર્ભ શહેરની હોલો અર્થ થિયરી જેવી દંતકથા છે. એલેક્ઝાન્ડ્રે સેન્ટ-યવેસ ડી'આલ્વેદ્રે, એક ફ્રેન્ચ જાદુગર, અગર્થા

વિશે લખ્યું હતું.

પ્રખ્યાત થિયોસોફિસ્ટ મેડમ બ્લાવત્સ્કીએ પછી વાર્તાને આગળ વધારી, એવો દાવો કર્યો કે શંભલા સુધી અધર્તા ટનલ દ્વારા પહોંચી શકાય છે.

7
જ્ઞાનગંજ અને સાંગ્રીલા?

તિબેટ એ ગ્રહ પરના સૌથી સુંદર અને અસ્પષ્ટ પ્રદેશોમાંનો એક છે. આ દૂરસ્થ પ્રદેશ માત્ર સાહસ પ્રેમીઓને જ નહીં પરંતુ પ્રવાસીઓને પણ આકર્ષે છે જેઓ તેમના જીવનમાં અસ્તિત્વનો ઊંડો અર્થ શોધવાના ઉદ્દેશ્યથી માર્ગદર્શન મેળવે છે. છેલ્લી સદી સુધી રહસ્યમય અને અત્યંત દૂરસ્થ, તિબેટ હજુ પણ મોટાભાગે અજાણ્યું અને

વણશોધાયેલ છે. આ હિમાલયના પ્રદેશને વધુ રસપ્રદ બનાવે છે તે તેની સાથે સંકળાયેલ વિવિધ દંતકથાઓ અને દંતકથાઓ છે. આવી જ એક પૌરાણિક કથાએ ઘણા લોકોની રુચિ પકડી છે, જે વિવિધ ચર્ચાઓ, તપાસ અને પુસ્તકો તરફ દોરી જાય છે.

જ્ઞાનગંજની દંતકથા

હિમાલયની રહસ્યમય ખીણોની અંદર ક્યાંક ઊંડે જ્ઞાનગંજ આવેલું છે, જે અમરોની ભૂમિ છે. તે એક પૌરાણિક માન્યતા છે કે જ્ઞાનગંજ એ રહસ્યમય અમર જીવો દ્વારા વસવાટ કરતું શહેર-રાજ્ય છે જે જ્યારે પણ જરૂર પડે ત્યારે માનવ અસ્તિત્વને સૂક્ષ્મ રીતે પ્રભાવિત કરે છે. કોઈપણ દૃષ્ટ કાર્યોથી મુક્ત એવા મહાન ઋષિઓ જ માનસિક અવરોધો અને પરિમાણોમાંથી પસાર થઈને આ આધ્યાત્મિક ભૂમિમાં સ્થાન પ્રાપ્ત કરી શકે છે. આ સુપ્રસિદ્ધ સામ્રાજ્યનું ચોક્કસ સ્થાન અજ્ઞાત છે કારણ કે એવું માનવામાં આવે છે કે જ્ઞાનગંજ કૃત્રિમ રીતે માણસોથી તેમજ મેપિંગ ટેક્નોલોજિઓથી છુપાવે છે. કેટલાક એવું પણ માને છે કે જ્ઞાનગંજ વાસ્તવિકતાના અલગ પ્લેનમાં અસ્તિત્વ ધરાવે છે અને તેથી ઉપગ્રહો દ્વારા શોધી શકાતું નથી.

જ્ઞાનગંજનો ઉલ્લેખ માત્ર હિંદુ પૌરાણિક કથાઓમાં જ નહીં પરંતુ બૌદ્ધ ધર્મમાં પણ જોવા મળે છે. આ દંતકથાના મૂળ તિબેટમાં પણ શોધી શકાય છે. તિબેટમાં, આ આકાશી સામ્રાજ્ય 'શમ્બાલા' તરીકે ઓળખાય છે, જે સંસ્કૃત શબ્દ છે જેનો અર્થ થાય છે "સુખનો સ્રોત". બૌદ્ધો માને છે કે શંભલા વિશ્વના ગુપ્ત આધ્યાત્મિક ઉપદેશોનું રક્ષણ કરે છે. આ પૌરાણિક ભૂમિ સુધી કેવી રીતે પહોંચવું તેની સૂચનાઓ કેટલાક પ્રાચીન બૌદ્ધ ગ્રંથોમાં આપવામાં આવી છે, જો કે, દિશાઓ અસ્પષ્ટ છે. બૌદ્ધો પણ માને છે કે જ્ઞાનગંજ મૃત્યુના નિયમોનું ઉલ્લંઘન કરે છે. આ અમર ભૂમિમાં કોઈ મૃત્યુ પામતું નથી અને ચેતના કાયમ રહે છે. શંભાલા અને શાંગરી-લા તરીકે પણ ઓળખાય છે.

જ્ઞાનગંજનો ખ્યાલ

પ્રાચીન ગ્રંથો અને માન્યતાઓ અનુસાર, જ્ઞાનગંજ આઠ પાંખડીઓ સાથે કમળની રચના જેવું લાગે છે. તે બરફથી ઢંકાયેલા પર્વતોથી ઘેરાયેલું છે. જીવનનું વૃક્ષ જે સ્વર્ગ, પૃથ્વી અને અંડરવર્લ્ડને જોડે છે તે તેના કેન્દ્રમાં છે. તે એક ચમકતા સ્ફટિક તરીકે વર્ણવવામાં આવે છે. તેના રહેવાસીઓ અમર છે જેઓ વિશ્વના ભાવિને માર્ગદર્શન આપવા માટે જવાબદાર છે. આ રહસ્યમય સ્થિતિમાં જીવતા, તેઓ તમામ ધર્મી અને આસ્થાઓની આધ્યાત્મિક ઉપદેશોનું રક્ષણ અને પાલનપોષણ કરે છે. અન્ય લોકોને તેમનું જ્ઞાન આપીને, તેઓ સારા માટે માનવજાતના ભાગ્યને પ્રભાવિત કરવા માટે સૂક્ષ્મ રીતે કાર્ય કરે છે. તિબેટીયન બૌદ્ધો માને છે કે વિશ્વમાં ભારે અરાજકતાના સમયમાં, આ આધ્યાત્મિક ભૂમિના 25મા શાસક ગ્રહને વધુ સારા યુગ તરફ દોરી જશે.

જ્યારે જ્ઞાનગંજ અથવા શંભલાનું વર્ણન કરવા માટે પૂછવામાં આવ્યું, ત્યારે દલાઈ લામાએ સમજાવ્યું કે તે કોઈ ભૌતિક સ્થળ નથી જે લોકો શોધી શકે. તે સ્વર્ગ નથી

પણ માનવીય ક્ષેત્રમાં એક શુદ્ધ ભૂમિ છે. કર્મ સંબંધો જ આ ભૂમિ સુધી પહોંચવાનો એકમાત્ર રસ્તો છે. હિમાલયના અમર જીવો દ્વારા વસેલું આ શહેર અને તેના રહેવાસીઓ પ્રાર્થના અને ધ્યાન દ્વારા વિશ્વના ભાગ્યને સૂક્ષ્મ રીતે માર્ગદર્શન આપે છે. તેઓ વિશ્વના આધ્યાત્મિક ઉપદેશો, તમામ આસ્થાઓ અને માન્યતાઓનું રક્ષણ કરીને માનવજાતની સુધારણા માટે કાર્ય કરે છે.

એક આધ્યાત્મિક ગુરુ, ગુરુ સાંઈ કાકાએ એકવાર વિશ્વને આધ્યાત્મિક અને અમર ઉપદેશો મેળવવા માટે જ્ઞાનગંજની તેમની યાત્રા વિશે ઘણી વખત જણાવ્યું હતું. તેમના કથન મુજબ, તેમની દરેક યાત્રા દરમિયાન, એક ઋષિ તેમને જ્ઞાનગંજ તરફ લઈ જતા હતા અને આ સામ્રાજ્ય સંપૂર્ણપણે અલગ પ્લેન અથવા ઉચ્ચ પરિમાણ પર અસ્તિત્વ ધરાવે છે. જ્ઞાનગંજના અન્ય મુલાકાતી, એલ.પી. ફેરેલ, એક બ્રિટિશ આર્મી ઓફિસર કે જેમણે 1942માં જ્ઞાનગંજનો અનુભવ કર્યો હોવાનો દાવો કર્યો હતો.

જો કે જ્ઞાનગંજની વાર્તાઓ મોહક, ઉપરછલ્લી અને પૌરાણિક લાગે છે, પરંતુ તે જ સમયે, નકારાત્મકતા, યુદ્ધ અને નિર્દયતાથી ભરેલી દુનિયામાં, તે કલ્પના કરવા માટે લલચાવે છે કે સમાંતર વિશ્વમાં ક્યાંક એવું સ્થાન છે જ્યાં લોકો ખરેખર નૈતિક છે. ત્યાં છે અને ધીમે ધીમે અમને માર્ગદર્શન, પ્રભાવ અને રક્ષણ આપવા માટે કામ કરે છે.

મહર્ષિ મહતાપ

તેઓ આ સંસ્થાના વડા છે. સ્વામી વિશુધાનંદના મતે તેમની ઉંમર એક હજાર ચારસો વર્ષથી વધુ છે. તેમનું શરીર ખોરાક, પાણી અને વાયુની ભૌતિક જરૂરિયાતોથી પર છે અને ઉત્કૃષ્ટ અને દિવ્ય બની ગયું છે. તેમણે સમય અને જગ્યાની મર્યાદાઓ ઓળંગી છે. તે પોતાની ઈચ્છા મુજબ કોઈપણ 'લોક' (દુનિયા)ની યાત્રા કરી શકે છે. તે આશ્રમમાં જ નથી રહેતો, પરંતુ તિબેટની ટેકરીઓ વચ્ચેની ગુફામાં રહે છે. તે ગુફામાં 'રાજ-રાજેશ્વરી દેવી'ની મૂર્તિ સ્થાપિત છે, અને તેથી તે ગુફા 'રાજ-રાજેશ્વરી મઠ' તરીકે ઓળખાય છે. પડોશમાં કોઈ ઝૂંપડીઓ નથી અને મઠ (મઠ) માં રહેતા યોગીઓ બધા દરવાજા અથવા ઘરની જરૂરિયાતને પાર કરી ગયા છે. હિમાલયના તે ભાગમાં જ્ઞાનગંજ યોગાશ્રમ જેવા અનેક મઠો આવેલા છે. આ તમામ રાજ-રાજેશ્વરી દેવીના વહીવટી અધિકારક્ષેત્ર હેઠળ છે. મહર્ષિ મહાતપ કોઈ ચોક્કસ મઠમાં કાયમ માટે રહેતા નથી. ક્યારેક તે જ્ઞાનગંજ યોગાશ્રમ જાય છે તો ક્યારેક મનોહર-તીર્થ જઈને પોતાની ગુરુમાતા 'ક્ષેપા-માઈ'ને નમન કરે છે. તે દરેક સમયે એક પ્રકારની મૂર્ખતામાં રહે છે અને તેને વધુ વાત કરવાની આદત નથી. જ્ઞાનગંજ યોગાશ્રમમાં રહેતા તેમના ઘણા શિષ્યોની ઉંમર સેંકડો વર્ષથી વધુ છે.

અને સ્વામી ભૃગુરામ, નિમાનંદ, શ્યામાનંદ અને જ્ઞાનાનંદ.

સ્વામી ભૃગુરામ પરમહંસ

તેમની ઉંમર પાંચસો વર્ષથી વધુ છે અને તેઓ યોગની પંક્તિમાં મહર્ષિ મહાતાપના મુખ્ય શિષ્ય છે. તેઓ આશ્રમમાં યોગ ફેકલ્ટીના વડા છે. સ્વામી વિશુધાનંદે તેમની યોગની તાલીમ સીધી તેમની પાસેથી મેળવી હતી. તેઓ રાજા-રાજેશ્વરી દેવીના અધિકારક્ષેત્રમાં આવતા તમામ મઠના મુખ્ય સંચાલક છે. તેમની જાળવણી, કાયદો અને વ્યવસ્થાની

જાળવણી, નિરીક્ષણ, પરીક્ષાઓનું સંચાલન અને દેખરેખ માટે તે સંપૂર્ણ અને સંપૂર્ણ રીતે જવાબદાર છે. વ્યથિત આત્માઓની હૃદયપૂર્વકની પ્રાર્થના-તરંગો તરત જ તેના કાનમાં પડે છે અને તે તરત જ માનવ સ્વરૂપમાં તેની સમક્ષ હાજર થવાની ક્ષમતા ધરાવે છે. સ્વામી ભૃગુરામ પરમહંસને શિષ્યોના મનની અંદરના સ્થાનો સુધી અવિરત પ્રવેશ હતો. તેમની મુસાફરીની રીત 'અવકાશમાંથી ઉડતી' છે. તેના પગ જમીનને સ્પર્શતા ન હતા. આ પૃથ્વી પર તે એકમાત્ર યોગી છે જે 'સૂર્ય-લોક' સુધી પહોંચી શકે છે. તેનું શરીર હવે પાંચ તત્વોથી બનેલું નથી કે છ કોશ (પ્રાણમય, જ્ઞાનમય વગેરે)નું નથી. આ એક અલૌકિક દિવ્ય શરીર છે.